NGALNGAL NG BAKUNAWANG BUNGAL

Wailing of the Toothless Moon Eating Dragon

JOHN REY T. MACABALE

Ukiyoto Publishing

All global publishing rights are held by

Ukiyoto Publishing

Published in 2024

Content Copyright © JOHN REY T. MACABALE

ISBN 9789360499785

All rights reserved.

No part of this publication may be reproduced, transmitted, or stored in a retrieval system, in any form by any means, electronic, mechanical, photocopying, recording or otherwise, without the prior permission of the publisher.

The moral rights of the author have been asserted.

This is a work of fiction. Names, characters, businesses, places, events, locales, and incidents are either the products of the author's imagination or used in a fictitious manner. Any resemblance to actual persons, living or dead, or actual events is purely coincidental.

This book is sold subject to the condition that it shall not by way of trade or otherwise, be lent, resold, hired out or otherwise circulated, without the publisher's prior consent, in any form of binding or cover other than that in which it is published.

www.ukiyoto.com

Dedication

My imagination will not come to reality without these individual. I would like to express my sincere gratitude to the persons who have played a significant role in the creation and completion of this art. Their support, encouragement, and expertise have been invaluable, and I am deeply thankful for their contributions.

First and foremost, I extend my heartfelt thanks to, Mrs. Rachel Ann, the most beautiful woman of my life, my wife, whose unwavering support, encouragement, and understanding have been the mainspring of this endeavor.

Also, to Mrs. Elizabeth and Mr. Kenneth, my friends, whose ears and eyes are never get tired in listening and reading all of my stories.

Moreover, I would like to thank Mr. Paul Michael, whose brain and hands are never gets tired to draw the best part of my written imagination.

Furthermore, to my future readers, thank you for giving my story the chance to be part of your soul.

Lastly, I would like to thank God who gives me the talent to nurture and to share with other people that would bring smile and value in their life. Your belief, trust, love in me, and your patience throughout the writing process have been my greatest sources of strength.

Noong unang panahon, ang gabi sa banwa ay kasing liwanag ng umaga dahil sa ningning na taglay ng pitong buwang tumatanglaw. Sila ang itinuturing na isa sa pinakamagandang biyaya ni Bathala para sa mga naninirahan ditto. Si Haliya ang panganay sa pitong magkakapatid na diwata na sina Bulan, Subang, Banolog, Libulan, Banilig, at Mayari. Wala silang iniisip kundi ang magampanan at mapangalagaan ang tungkulin bilang mga diwata.

Sa kailaliman naman ng malawak at madilim na karagatan, matatagpuan ang Sulad. Ito ang bahay ni Bakunawa, isang dambuhala at napakahabang pulang *dragon* na ang bunganga ay kasing lawak ng lawa. Bukod sa kanyang matatalas na mga ngipin, nagtataglay din siya ng malalaki at matutulis na mga pangil, dalawa sa itaas at dalawa rin sa ibaba. Ang paglipad sa kalawakan ay hindi imposible sa Bakunawa. Kaya niya itong libutin kahit ilang ulit pa niya gustuhin. Dahil sa mga katangiang ito, kailanman ay hindi pa siya nakikita ng mga tao.

Mayroon siyang isang batang kinagigiliwan, siya si Mutya. Makulit ngunit masunurin at madasalin. Siya lamang ang namumukod-tanging nagdarasal kay Bakunawa.

Tuwing magdadapit-hapon ay pumupuslit si Mutya sa kanilang bahay upang magdala ng alay at dasal kay Bakunawa. Sa isang matandang puno, malapit sa dagat dinadala ni Mutya ang mga matatamis na pagkain katulad ng kendi, binangkal, rosquillo, otap, budbud, tsokolate at marami pang iba. Ginagawa niya ito dahil sa paniniwalang si Bakunawa ay isang mabuting diwatang dumirinig sa kanyang mga panalangin.

"Mahal kong Bakunawa, sana palagi mong ingatan ang aking mga magulang at palagi kaming may kainin araw-araw." Ito ang palaging ipinagdarasal ni Mutya sa kanya.

Walang sandaling hindi nakita ni Bakunawa ang mga pagdarasal ng bata. Ito ay nakapagbibigay ng saya sa kanya. Sa tuwing si Mutya ay nakaalis na, kinukuha niya ang mga alay nitong matatamis na pagkain at kara-karakang bumabalik sa Sulad. Ang mga matatamis na pagkaing ito ang nagbibigay ng kulay sa kanyang tahanan. Nilalantakan niya ang mga ito na parang wala ng bukas. Tuwang-tuwa siya sa tuwing ninamnam niya ang tamis ng mga ito.

"Hhhhmmm… ang sarap!" Ang palaging niyang nasasambit na sinusundan ng isang dumadagundong na pagdighay. Paulit-ulit niya itong ginagawa hangga't hindi pa siya natatapos sa pagkain.

Hindi niya alam na sa kabilang bahagi ng karagatan ay naririnig ang kanyang pagdighay na nagiging kumpulan ng usapan ng iba't ibang lamang dagat.

"Ayan nanaman yung ingay ni Bakunawa!" Mariing sabi ng sirena habang nakatakip ang mga tainga.

"Oo nga! Lagi na lang siyang ganyan tuwing gabi." Bulalas ng buriring.

"Talagang nakakatuliling!" Aniya ng pating.

"Hindi niya baa lam na hindi lang siya ang nakatira sa karagatan?" Dagdag pa ng isa pang sirena.

"Saka ano ba yung amoy na 'yon? Sa bunganga niya rin yata nanggagaling yung mabahong amoy." Pagtatanong ng pagong.

Tumango ang lahat ng mga laman dagat sa mga sinabi nila. Wala silang ibang nararamdaman kundi ang pagkadismaya kay Bakunawa.

"Ano ang dahilan ng inyong pagtitipon?" Tanong ni Bulan na kasama ang kanyang mga kapatid na sina Subang, Banolog, at Haliya. Habang nakatingin sa mga lamang-dagat.

"Oo nga, bakit hindi pa kayo naghahanda para sa paglalaro natin ngayong gabi?" Dagdag pa ni Banolog.

Ikinuwento ng mga lamang dagat sa magkakapatid ang lahat tungkol sa ginagawa ni Bakunawa gabi-gabi.

Ang kanilang mga sumbong ay ikinabahala ng magkakapatid lalo na si Haliya.

"Kung gano'n ay hayaan ninyong kausapin ko si Bakunawa tungkol sa bagay na ito." Sabi ni Haliya.

Hindi na natanggal ang mga mata at tainga ng mga lamang dagat kay Haliya.

"Paano kung hindi pa rin siya tumigil sa ginagawa niya?" Tanong ng pagong.

"Kung hindi pa rin siya magbabago sa kanyang ginagawa ay ako na ang magbibigay sa kanya ng aral." Tugon ni Haliya. Nagpalakpakan at nagsigawan ang mga lamang dagat dahil sa sinabi ni Haliya.

Ang ilalim ng karagatan ay napuno ng bungisngisan, hagikgikan, tawanan, at ng kaliwanagan ang gabing iyon. Nakipaglaro ang magkakapatid sa mga lamang dagat buong magdamag. Ang karagatan ay nagliwanag ng gabing iyon dahil sa liwanag na nagumula sa magkakapatid.

Sa hindi kalayuan, ay lihim na nakatanaw si Bakunawa. Nakapukaw sa kanya ng pansin ang liwanag at ingay na iyon. Hinanap niya kung saan nanggagaling. Nang makita niya ang mga lamng dagat at magkakapatid ay namilog at kuminang ang kanyang mga mata. Ngayon niya lamang nakitang maliwanag at masaya ang ilalim ng karagatan. May kung anong damdaming nabuo sa kanyang puso.

"Ang gaganda at liwanag naman nila!" Nasambit niya sa kanyang isip.

"Mukhang mababait din sila dahil napaamo nila ang mga mababangis na hayop." Dagdag pa niya.

Dahil dito, dahan-dahan niyang ikinampay ang kanyang mahabang katawan upang lumapit sa mga lamang-dagat at diwatang naglalaro at nagsasaya.

"Ma...a..." Magsasalita pa lamang si Bakunawa ay napatakip ng ilong lahat kasabay ng pagbabago ng mga mukha ng lahat ng naroon.

"Ambaho!" Bulalas ng buriring.

"Tama nga ako! Sa bunganga mo nga nanggagaling ang mabahong amoy na iyon!" Sabi ng pagong.

"Nakasusulasok!" Dagdag pa ng sirena.

"Hindi mo ba naaamoy ang iyong hininga?" Pagtatanong ng pating na hindi nakapagpigil dahil sa nalanghap na amoy.

Natulala si Bakunawa sa kanyang nasaksihan at napakinggan. Hindi niya alam kung ano ang kanyang mararamdaman nang sandaling iyon. Ang sayang kanyang naramdaman ay unti-unting naglaho. Tila kinain siya ng kadiliman ng karagatan.

Sa pagkakataong iyon, nilapitan siya ni Haliya nang buong tikas at kinang.

"Ikaw pala si Bakunawa, Haliya ang aking pangalan. Totoo nga ang kuwento nila na sa iyo nagmumula ang masangsang na amoy na iyon. Hindi ka ba nagsisipilyo o nagmumumog man lamang?" Mariing tanong niya.

Nagtawanan ang lahat sa tanong ni Haliya kay Bakunawa. Bagama't siya ay dambuhala ay nanliit siya sa kanyang sarili. Hindi niya magawang tingnan ang lahat ng mga naroon. Pumikit na lamang siya at nanahimik.

Dali-dali siyang bumalik sa Sulad. Nang siya ay makalayo na, unti-unti niyang binagalan ang paglangoy. Pinagmasdan niya ang kanyang dinaraanang ubod ng dilim. Wala ibang tumatakbo sa kanyang isipan kundi ang mga nangyari.

Hanggang sa makarating siya sa kanyang bahay ay hindi nawala sa kanyang isip ang kanyang mga narinig. Mula noon, ay hindi na siya bumalik sa bahagi ng karagatanng iyon.

Nilibang niya na lamang ang kanyang sarili upang makalimutan ang lahat sa pamamagitan ng pagakyat at panaog niya sa lugar ng panalanginan ni Mutya. Ipinagpatuloy niya pa rin ang pagkain ng mga alay ng bata na matatamis na pagkain.

"Hhhhmm… ang sarap talaga! Wala ng mas sasaya pa sa tamis na dulot ng mga ito." Sabi ni Bakunawa kasunod ng isang malakas na pagdighay. "Mabuti na lamang at nariyan si Mutya at ang kanyang matatamis na alay at panalangin." Sambit niya habang ngumunguya.

Isang gabi, habang papunta si Bakunawa sa matandang puno, malapit sa dagat para kuhain ang mga alay ni Mutya ay pinagmasdan niya ang pitong buwan sa kalangitan. Naalala niya ang mga sinabi ni Haliya at ang madilim na daan sa kanyang tahanan. Ang mga ngiting buhat sa matatamis na pagkain ay napalitan ng pagkunot ng mga kilay. Nanlisik ang kanyang mga mata at nagngalit ang kanyang mga ngipin. Hindi mapigil ng Bakunawa ang damdaming naghahari sa kanyang puso at isip.

"Hindi nagsisipilyo? Mabahong bunganga? Ipapakita ko sa inyo kung ano ang kayang gawin ng mga ngipin ko sa inyo." Mariing bulong sa sarili.

"Kakainin ko kayong lahat! Gagawin ko kayong palamuti sa aking bahay!" Dagdag pa niya sa sarili habang nakausli ang kanyang ngiping matutulis at pinapagalaw ang dilang ubod ng haba.

Malakidlat siyang rumagasa pabalik ng karagatan patungo sa kanyang tahanan. Walang ibang laman ang kanyang isip kundi ang paraan upang makain ang mga buwan.

Habang pinaplano ang pagkain sa mga buwan ay nginunguya niya ang sandamakmak na kendi hanggang sa mayroon siyang naramdamang kirot sa kanyang mga ngipin. Hindi niya ito pinansin at nagpatuloy pa rin siya sa pagkain. Katulad ng nakasanayan, siya ay padagundong na didighay at hindi pa rin nagsisipilyo o nagmumumog man lamang. Kahit alam niya na dapat itong gawin ay hindi na niya pinag-aksayahan pa ng panahon.

Lumipas ang ilang araw at gabi. Dumating na ang gabing kanyang pinakihihintay. Habang nahihimbing ang lahat, mabilis siyang umahon sa karagatan at sinakmal ang unang buwan, si Libulan. Namilog ang kanyang mga mata dahil sa kanyang pagsakmal, ang malaking pangil niya sa itaas na gilagid ay natanggal. Dahil dito, nalunok niya ang unang buwan. Rumaragasa siyang bumulusok pabalik ng kanyang bahay.

"Arraayyy!!!!!" Sigaw ni Bakunawa kasabay ng pagngalngal.

Lalo pang tumindi ang kanyang pagngalngal nang makita sa salaming natanggal ang kanyang malaking pangil. Nakadagdag pa sa kanyang pagngalngal ang pagkatunaw ng unang buwan sa kanyang tiyan.

"Hindi ito maaari! Aakyat akong muli sa kalawakan at kukunin ang lahat ng natitirang buwan!" Sabi niya sa sarili habang ngumunguya ng mga tsokolate. Kitang-kita sa kanyang mukha ang labis na pagkainis.

Nang kumagat na ang dilim sa kalawakan, muli siyang umahon mula sa karagatan na parang kidlat at sinakmal ang ikalawang buwan, si Banilig. Sa hindi inaasahang pagkakataon, halos lumuwa nanaman ang kanyang mga mata dahil sa kanyang pagsakmal, ang malaking pangil naman sa ibaba ng gilagid ang natanggal. Dahil sa pangyayaring ito, muli niyang nalunok ang ikalawang buwan. Muli siyang rumaragasang bumulusok pabalik ng kanyang bahay.

"Arraayyy!!!!!" Sigaw ni Bakunawa kasabay ng malakas na pagngalngal.

Halos mabingi ang lahat ng nasa ilalim ng karagatan nang marinig ang pagngalngal ng Bakunawa. Hindi nila alam kung sila ba ay matatakot o malulungkot sa kanilang napakikinggan.

Nang sandaling iyon, lalo pang tumindi ang kanyang pagngalngal nang makita sa salaming natanggal ang kanyang malaking pangil. Nakadagdag pa sa kanyang pagngalngal ang pagkatunaw ng ikalawang buwan sa kanyang tiyan.

"Hindi ito maaari! Gagawin kong palamuti ang mga buwang natitira. Aakyat akong muli sa kalawakan at kukunin ang lahat ng natitirang buwan!" Sabi niya sa sarili habang lumalapa ng mga kendi.

Isang araw ay nag-usap-usap ang mga lamang dagat.

"Narinig niyo ba ang pagngalngal ni Bakunawa noong isang gabi?" Pag-uusisa ng sirena.

"Nakakatakot." Dagdag ng pating.

"Siguro, sumasakit na ang kanyang mga ngipin. Palibahasa'y hindi nagsisipilyo." Sagot ng pagong.

"Sa amoy ng bunganga niyang iyon, natitiyak kong marami ng ngipin ang nasira sa kanya." Pagtitiyak ng buriring.

"Maiba ako." Sabi isa pang sirena. "Ilang gabi nang hindi pumupunta rito ang magkakapatid." Dagdag pa niya.

"Oo nga. Ilang araw ng malungkot at madilim ang karagatan dahil sa hindi nila pagdalaw rito." Sabi ng pagong.

"Mayroon kaya itong kinalaman sa pagngalngal ni Bakunawa?" Pagtatanong ni pating.

Tumahimik ang mga lamang dagat dahil sa tanong na iyon. Nagtinginan sila sa isa't isa na para bang sumasang-ayon sa tanong ng pating.

"Hindi naman siguro." Tugon ng sirena. "Hindi naman siguro magagawang kalabanin ni Bakunawa ang mga buwan." Pagtitiyak niya.

Nagpatuloy sa pag-uusap ang mga lamang dagat tungkol sa posibleng nangyari kay Bakunawa at sa mga magkakapatid na buwan.

Sa kabilang dako, sa pagkagat ng dilim ay muling lumipad si Bakunawa sa kalawakan upang kunin ang ikatlong buwan. Ibinuka niya ang kanyang malaking bibig at buong lakas na sinakmal ang buwan.

Halos maduling ang kanyang mga mata dahil sa kanyang pagsakmal, ang nag-iisang malaking pangil sa itaas ng kanyang gilagid ay natanggal. Dahil dito, ang Bakunawa ay muling rumaragasang bumulusok pabalik ng kanyang bahay.

"Arraayyy!!!!!" Sigaw ni Bakunawa habang patuloy na ngumangalngal.

Lumala nang lumala ang kanyang pagngalngal nang makita sa salaming isa na lang ang kanyang pangil. Narinig ito ng lahat sa ilalim ng karagatan. Tumindi pa nang tumindi ang galit ni Bakunawa sa mga buwan.

"Magbabayad kayo! Kukunin ko kayong lahat at gagawing palamuti sa aking bahay!" Sabi sa sarili habang pinagmamasdan ang gilagid na bungal. Hindi maipinta ang inis at pagkadismaya sa kanyang mukha.

Nagalit si Haliya sa nangyari sa mga kapatid. Upang maiwasan ito sa natitira niya pang mga kapatid, si Mayari ay hinayaan niyang mamuhay sa kalupaan upang mamuhay na parang tao. Ang dalawang kapatid naman niya ay nagtago na lamang sa kalawakan kung saan kailanman ay hindi makikita ni Bakunawa. Samantala, inihanda ni Haliya ang sarili upang ipaghiganti ang mga kapatid. Sa sinag ng tala bumuo siya ng sandata, isang kampilang pangtapat kay Bakunawa, at sa isa pang sinag ng tala ay binuo niya ang maskarang magtatakip sa kanyang mukha bilang tanda ng kanyang pagluluksa sa mga kapatid niyang nawala.

Nang araw na iyon, narinig ng taga-banwa ang dumadagudong ng pagkulog at matutulis na pagkidlat na hindi pa nila naranasan sa kanilang buong buhay.

Ilang araw pa ang lumipas, napansin na din ng mga tao sa banwa na nag-iisa na lamang ang buwang sa kanila'y tumatanglaw. Nang gabing iyon, lahat sila ay nagkasundong maghanda ng isang piging upang manalangin kay Bathala kung paano maproprotektahan ang huling buwan. Ito ay isasagawa nila malapit sa karagatan sa ilalim ng liwanag ng nag-iisang buwan. Napuno ng masasarap at makukulay na pagkain ang lahat ng lamesa. Inihanda na rin ang mga instrumentong gagamitin sa pag-awit at pagsayaw.

"Anak, nadala mo na ba ang lahat ng pagkain?" Tanong ng nanay ni Mutya.

"Opo, Nay." Habang inihahanda ang mga matatamis na pagkaing dadalhin kay Bakunawa saka madaling umalis ng bahay.

Nang siya ay makarating na sa malaking puno ay siyang pag-ahon ni Bakunawa sa karagatan. Nagulat si Mutya sa kanyang nasaksihan kaya dali-dali siyang tumakbo papunta sa dalampasigan kung saan naroroon ang mga tao.

Sa kanilang paghahanda, isang nakatatakot na tunog ang nagpatigil sa mga taga-banwa. Ito ay tulad ng mga malalaking kutsilyong nakikipagbuno sa isa't isa. Lahat sila ay napatingin sa kalawakan.

"Ano ang mga iyon?" Pag-usisa ng isang lalaki habang itinuturo ang mga kumikislap sa kalawakan.

"Panahon ba ng pagbagsak ng bulalakaw ngayon?" Pagtatanong ng isa pang lalaki.

"Huwag kayong padadaig sa inyong nararamdaman at nakikita." Sabi ng matandang babaeng namamahala sa banwa. "Magmadali tayong lahat. Iayos ang dapat maihanda para sa piging upang masimulan na ang pananalangin kay Bathala." Pag-utos niya sa lahat.

Sa kalawakan, nagsimula na ang pagtutuos ni Haliya at Bakunawa.

"Magbabayad ka!" Ang sigaw ni Haliya habang iwinawasiwas ang kampilan.

"Iyon ay kung matatalo mo ako!" Sagot ni Bakunawa habang umiiwas sa bawat wasiwas ng sandata ni Haliya.

Hindi napigilan pa ng mga taga-banwa na tingnan ang nangyayari sa kalawakan dahil sa tuloy-tuloy na tunog na kanilang naririnig.

Ilang sandali pa, magkahalong gulat at takot ang nararamdaman ng mga tao sa banwa dahil sa nakikita.

"Gumagalaw ang buwan!" Sabi ng isang lalaki.

"Ano iyang pulang ahas na iyan?" Gulat na pagtatanong ng isa pang babae.

"Inay!" Sigaw ni Mutya habang patakbong papalapit sa nanay. Sa kanyang pagmamadali ay nabangga niya ang mga plato, kutsara, at tinidor na gawa sa lata kung kaya't nagkaroon ng ingay na hindi nais ng Bakunawa.

Bigla siyang nanghina dahil sa ingay na dulot ng mga iyon. Napansin iyon ng mga tao sa banwa kaya kumuha sila ng mga gamit na maaaring makagawa ng malalakas na ingay gaya ng kaldero, kaserola, kawali, at iba pa. Kasabay ng pagtugtog ng mga musikero ay ang pagkalampag ng mga gamit pampaingay na hawak ng mga tao.

Patuloy na nanghina si Bakunawa dahil sa mga ingay na nanggagaling sa ibaba.

"Heto'ng sayo!" Sigaw ni Haliya kasabay ng pagwasiwas ng sandata.

Natamaan sa ulo si Bakunawa ng pag-atakeng iyon dahilan upang siya ay bumulusok malapit sa kinaroroonan ng mga tao. Agad na sumunod si Haliya upang tiyaking nagapi na si Bakunawa.

Dahan-dahang iminulat ni Bakunawa ang kanyang mga mata. Nakapaligid sa kanya ang lahat habang ang sandata ni Haliya ay nakatutok sa kanyang ulo. Pinilit pa niyang tumayo upang lumaban ngunit hindi na niya maigalaw ang kanyang mahabang katawan.

"Bu-bu-bungal si Bakunawa." Nangangatal na sabi ni Mutya.

Nang marinig ito ni Bakunawa ay tila bumalik kaagad ang kanyang lakas hindi para lumaban kundi tumakas. Mabilis siyang lumipad at bumulusok pabalik sa kanyang bahay. Ngumalngal siya nang ngumalngal ng buong gabing iyon. Halos mabingi ang lahat ng lamang dagat sa ilalim ng karagatan.

Samantala, pagkatapos magpaalam sa mga taga-banwa, bumalik na sa kalawakan si Haliya at muling nagbigay ng liwanag sa gabi.

Nagpatuloy sa kasiyahan ang mga tao dahil sa tagumpay na hindi makain ni Bakunawa ang huling buwan.

Sa bahay, habang naghahanda sa pagtulog ang kanyang nanay ay lumapit si Mutya.

"Inay, bakit bungal si Bakunawa?" Nagtatakang tanong niya.

"Siguro ay dahil mahilig siya sa mga matatamis na pagkain at hindi nagsisipilyo." Nakangiting tugon niya sa anak.

Kinabukasan, nang magdadapit-hapon ay madaling umalis si Mutya papunta sa malaking puno, malapit sa karagatan. Nang makarating na siya ay isa-isa niyang inilapag ang mga gulay, prutas, sipilyo, at *toothpaste* saka pumikit at nanalangin.

"Mahal kong Bakunawa, sana magbago ka na ng iyong buhay at huwag mo ng kakainin ang huling buwan namin." Malambing na sambit ni Mutya.

Hanggang sa kasalukuyan ay may mga gabi pa ring naririnig ng mga taga-banwa ang pagngalngal ng bakunawang bungal. Para sa kanila, ito ang nagpapaalala na kailanman ay hindi na niya makakain pa ang huling buwan ngunit para sa batang si Mutya, ito ay nagpapaalala na kailangan niyang alagaan ang kanyang mga ngipin para hindi matulad sa nangyari sa mga pangil ni Bakunawa.

About the Author

John Rey T. Macabale

Mr. John Rey T. Macabale graduated in Secondary Education major in Filipino at Pamantasan ng Lungsod ng Valenzuela. While studying, his passion and dedication in writing ignites and became the reason for him to write poems, short stories, essays, etc. He has been working as a Filipino language educator for the past 6 years. With these teaching experiences, he wrote different story books for children in order to use it as a springboard to teach and to tell. He always believed that writing is a way to breathe to avoid suppression of imagination.

www.ingramcontent.com/pod-product-compliance
Lightning Source LLC
LaVergne TN
LVHW041603070526
838199LV00047B/2124